எங்குமிருப்பவர்

எங்குமிருப்பவர்

சோம வள்ளியப்பன்

ZDP SPECIFICS

Title: Engumiruppavar
Author's Name: Soma Valliappan

Published by ZDP Specifics

ZDP SPECIFICS

(An imprint of Zero Degree Publishing)
No. 55(7), R Block, 6th Avenue,
Anna Nagar,
Chennai - 600 040

Website: www.zerodegreepublishing.com
E Mail id: zerodegreepublishing@gmail.com
Phone: 89250 61999

ZDP Specifics First Edition: May 2024
ISBN: 978-93-95222-30-3
TITLE No. ZDPS: 81

Rs. 90/-

Layout: G. Selva Kumar
Cover Design: Vijayan, Creative Studio
Printed at Rathna Offset, Chennai, India

சமர்ப்பணம்

'சொற்கோயில்' இரா.குமார் அவர்களுக்கு...

பொருளடக்கம்

அணிந்துரை

டாக்டர் ஜஸ்டிஸ் A.R. லட்சுமணன்

திரு.சோம வள்ளியப்பன் அவர்கள் எங்கள் ஊர்க்காரரர். தேவகோட்டையைச் சேர்ந்தவர். முப்பது ஆண்டுகள் பெல், பெப்சி, வேர்பூல் போன்ற பல பெரிய நிறுவனங்களில் மனிதவளத்துறையில் பணியாற்றியவர். பணியின் ஊடேயே பல பத்திரிகைகளிலும், தொலைக்காட்சியிலும் மனிதவளம் பற்றியும், நிதி நிர்வாகம் மற்றும் பங்குச்சந்தை குறித்தும் தொடர்ந்து தனது கருத்துகளைப் பதிவிட்டு வருகிறார்.

நிர்வாகம், மனிதவளம், உறவுகள், எமோஷனல் இன்டெலிஜென்ஸ், சுயமுன்னேற்றம், நேர மேலாண்மை போன்றவற்றைப் பற்றித் தொடர்ந்து எழுதிவரும்

சோம வள்ளியப்பன், ஷீரடி சாய்பாபா குறித்து எழுதியிருப்பது கவனிக்கத்தக்கது, மகிழ்ச்சிக்குரியது.

சொற்கோயில் என்ற தரமான தமிழ் இதழில் அவர் எழுதிய பன்னிரண்டு கட்டுரைகளையும் படித்துப்பார்த்தேன். அதில் ஒரு கட்டுரை தேவகோட்டையில் நானும் என் குடும்பத்தாரும் கட்டி திருப்பணி செய்து வரும் சாய்பாபா கோயில் மற்றும் அதன் தங்கத்தேர் பற்றியும் எழுதியிருக்கிறார்.

சைவத்திற்கும் தமிழுக்கும் திருப்பணிகள் செய்துவரும் நகரத்தார் குலத்தில் பிறந்த நான், ஷீரடி சாய்பாபாவிற்குக் கோயில் கட்டியது அதுவும் தேவகோட்டையில் கட்டியது சாதாரணமாக நிகழவில்லை.

முதலமடம் என்ற இடத்தில் திரு சுனில்பதாஸ் சாமிகள், சாய்பாபா கோயில் ஒன்றைக் கட்ட முடிவு செய்து, அடிக்கல் நாட்டி அருளாசி செய்யுமாறு புட்டபர்த்தி சாய்பாபாவை அணுகியிருக்கிறார். தனது உடல்நலக்குறைவை சுட்டிக்காட்டி வர இயலாமையை எடுத்துச்சொல்லிய புட்டபர்த்தி சாய்பாபா, மாற்றாக என்னை வைத்து அடிக்கல் நாட்டச்சொல்லி திரு சுனில்பதாஸ் சாமிகளைப் பணித்திருக்கிறார்.

இப்படியாக முதலமடம் கோயில் அடிக்கல் நாட்டும் பெரும்பாக்யம் எனக்குக் கிடைத்தது. அப்பணி முடித்துக் கிளம்புகையில் சுனில்பதாஸ் சாமிகள், சுமார் 2 அடி உயரமிருக்கும், பத்து கிலோ எடையுள்ள ஷீரடி சாய்பாபா திருவுருவச்சிலை ஒன்றை என்னிடம் தந்தார்.

பாபாவின் அந்தச் சிலையை வீட்டில் பூஜையறையில் வைத்து வணங்கிய எனக்கும் என் மனைவிக்கும் பேராச்சர்யம். சாய்பாபாவின் சிலையில் இருந்து தொடர்ந்து விபூதி கொட்டியது.

கேள்விப்பட்ட ஊரார் கூட்டம் கூட்டமாக வந்து பார்த்தார்கள். வணங்கினார்கள்.

நீங்கள் சாய்பாபாவிற்கு ஒரு கோயில் கட்டலாமே என்றார்கள். அதேநேரம் என் மனைவியின் மனதிலும் அப்படி ஒரு ஆசை இருந்திருக்கிறது. கோயில் கட்ட முடிவு செய்தோம். அதற்காக எனது ஓய்வூதியப் பணத்தை எடுத்து வைத்து ஒரு டிரஸ்ட் உருவாக்கினேன்.

தேவகோட்டையில் காந்தி ரோட்டில் ஒரு ஆலயம் அமைத்து, ராஜஸ்தானிலிருந்து எடுத்து வரப்பட்ட அமர்ந்த கோலத்தில் இருக்கும் சாய்பாபாவின் பளிங்குச் சிலையை பிரதிஷ்டை செய்தோம். 26.01.2011 அன்று சிறப்பாகக் குடமுழுக்கு செய்வித்து கோயில் பொதுமக்களின் வழிபாட்டிற்காகத் திறந்தோம். பாபாவிற்குத் தங்கத்தேர் ஒன்றும் செய்து வைத்திருக்கிறோம். 12.7.2014 அன்று முதல் பாபாவின் தங்கத்தேர் பவனியும் சிறப்பாக நடந்து வருகிறது.

இந்தக் கோயிலின் அற்புதம் என்னவென்றால், கோயில்நடை சாத்திய பிறகு வெகுதொலைவில் இருந்து வந்த பக்தர் ஒருவர், பாபா இருப்பிடத்தை வலம் வந்துவிட்டாவது போகிறேன் என்று சொல்லி, பாபா வீற்றிருக்கும் மண்டபத்தை வலம் வரும்போது தற்செயலாக, சாய்பாபா சந்நிதிக்கு எதிராக அமைந்திருக்கும் ஜன்னலைப் பார்த்திருக்கிறார். என்ன அதிசயம்! அதில், வேப்பமரத்தின் அடியில் அமர்ந்திருந்த பாபா அவருக்குக் காட்சியளித்திருக்கிறார். அவர் சொன்னதைக் கேட்ட அங்கிருந்த பலரும் அந்த அற்புதத்தைப் பார்த்திருக்கிறார்கள். இப்போதும் அந்தக் காட்சியைக் காணமுடிகிறது. தேவகோட்டை சாய்பாபா

கோயிலில் சொல்லி வேண்டுவது அப்படியே நடக்கிறது என்று பலரும் சொல்லக் கேள்விப்பட்டிருக்கிறேன்.

காரைக்குடியில் இருந்து 14 கி.மீ. தூரத்தில், தேவகோட்டையில் அமைந்திருக்கும் ஷிருடி சாய்பாபாவின் இந்தத் திருக்கோயிலுக்கு பக்தர்கள் அனைவரும் வரும்படியும், பாபாவின் அருளாசி பெறும்படியும் வேண்டி விரும்பிக் கேட்டுக்கொள்கிறேன்.

ஓம்சாய்!

ஜஸ்டிஸ். ஏ.ஆர்.லட்சுமணன்

1.உள்ளிருந்து ஊறுவதே மகிழ்ச்சி

ஷிருடி சாய்பாபாவுடன் தாஸ்கணு என்பவர் இருந்து வருகிறார். அவர் உபநிஷத்துக்கு மராட்டி மொழியில் உரை எழுதுகிறார். செய்யுள் செய்யுளாகப் பொருள் எழுதுகிறார். என்ன எழுதியும் அவருக்குத் திருப்தியாக இல்லை.

தன்னுடைய இந்த ஆதங்கத்தை பாபாவுடன் பகிர்ந்து கொள்கிறார். அப்படியா என்று கேட்டுவிட்டு, "இதற்கு, வில்லேபார்லேவில் இருக்கும் தீட்சித் அவர்களின் வீட்டு வேலைக்காரி உனக்கு விளக்கம் சொல்லுவார்" என்கிறார் பாபா.

என்னது ஒரு வேலைக்காரியா நமக்கு விளக்கம் சொல்லுவார் என்று தாஸ்கணு எண்ணவில்லை. பாபா சொன்னபடி செய்ய முடிவெடுக்கிறார். நம்பிக்கையுடன் போய் தீட்சித் வீட்டில் தங்குகிறார்.

அடுத்தநாள் விடிகாலை தாஸ்கணு படுக்கையில் இருக்கையில் இனிமையான பாடல் ஒலி காற்றில் மிதந்து வருகிறது. அதன் இனிமையில் சற்று தன்னை மறந்துபோன தாஸ்கணு, இவ்வளவு இனிமையாகப் பாடுவது யார் என்று பார்க்க ஆவலாகி எழுந்துபோய், பாட்டுச் சத்தம் வரும் பக்கம் பார்க்கிறார்.

வீட்டுக்கு வெளியில் வீதியில் இருந்துதான் அந்தப் பாட்டுச் சத்தம் வந்தது. தெருவில் பார்க்கிறார். குழாயடியில் அமர்ந்து பாத்திரங்கள் தேய்த்தபடி ஒரு சிறுமி தென்பட்டாள். அவள்தான் பாடிக்கொண்டிருக்கிறாள்.

பாடல் வரிகளைக் கவனிக்கிறார். அவை அவர் மனதைத் தொடுகின்றன.

‘நான் பட்டுப்பாவாடை அணிந்திருக்கிறேன். அதில் அழகான எம்பிராய்டரி போட்டிருக்கிறது. அதன் வண்ணங்கள் அழகு. நான் சந்தோஷமாக இருக்கிறேன்.’

சற்று நகர்ந்து பாடிய சிறுமியின் முகத்தைப் பார்க்கிறார் தாஸ்கணு.

அட! அந்தப் பெண்ணின் முகம் தாஸ்கணுவுக்குப் பரிச்சயமானதுதான். அவள், அந்த வீட்டு வேலைக்காரியின் தங்கை நாம்யா. அவள் பாத்திரம் கழுவிக் கொண்டிருக்கிறாள். நாம்யாவை மேலும் உற்று கவனிக்கிறார். நாம்யா அணிந்திருக்கும் உடைகள் அழுக்காகவும் ஆங்காங்கே கிழிந்தும் இருக்கிறது.

என்ன இது! இப்படி சந்தோஷமாகப் பாடிக்கொண்டிருக்கும் சிறுமி, கிழிந்த ஆடைகள் அணிந்திருப்பதா?!

அன்றே அவளுக்கு ஒரு பட்டுப்பாவாடையும் பட்டுச் சட்டைக்கும் ஏற்பாடு செய்கிறார் தாஸ்கணு.

அதை அணிந்து கொண்ட நாம்யா, சந்தோஷமாக அதே பாட்டைப் பாடியபடி மற்ற பிள்ளைகளுடன் சேர்ந்து தெருவில் கோலாட்டம் ஆடுகிறாள். ஏனையோரை ஜெயிக்கிறாள். தாஸ்கணுவிற்கு மகிழ்ச்சியாக இருக்கிறது. ஒரு ஏழைச் சிறுமியின் மனமகிழ்ச்சிக்கு சிறு உதவியாக இருக்க முடிந்ததே என்கிற நினைப்பாக இருக்கலாம்.

மறுநாள் காலை. படுக்கையில் இருக்கும் தாஸ்கணுவிற்கு

அதே இனிமையான குரல் கேட்கிறது. வாசலுக்கு விரைகிறார். குழாயடியில் பார்க்கிறார்.

அவர் நினைத்தது சரிதான். பாடிக்கொண்டிருந்தது நாம்யாதான். ஆனால். அவள் பட்டுப்பாவாடை சட்டை அணிந்திருக்கவில்லை. புதியதைக் கழற்றி வீட்டில் வைத்துவிட்டாள் போலும். முந்தைய பழைய கிழிந்த அழுக்கு ஆடைதான் உடுத்தியிருந்தாள். ஆனாலும் முகத்தில் அதே மகிழ்ச்சி, வாயில் அதே பாட்டு.

'நான் பட்டுப்பாவாடை அணிந்திருக்கிறேன்.

அதில் அழகான எம்பிராய்டரி போட்டிருக்கிறது.

அதன் வண்ணங்கள் அழகு.

நான் சந்தோஷமாக இருக்கிறேன்'

வாழ்வின் தத்துவம் பற்றிய புரிதல் இங்கே, இந்த வேலைக்காரி மூலம் கிடைக்கும் என்று சாய்பாபா தன்னை இங்கே அனுப்பி வைத்ததன் காரணம் தாஸ்கணுவிற்குப் புரிந்தது.

மகிழ்ச்சியும் நிம்மதியும் ஆனந்தமும் பொருட்களிலோ செல்வத்திலோ இல்லை என்பதைத்தான் நாம்யாவின் செயலில் இருந்து தாஸ்கணு புரிந்துகொண்டார். புரிய வைத்தது ஸ்ரீசாயிபாபா.

2.கடவுளும் பக்தனும்

மைலாப்பூர் சாய்பாபா கோவிலுக்கு நானும் என் மனைவியும் அடிக்கடி செல்வதுண்டு. வியாழன் மற்றும் ஞாயிற்றுக்கிழமைகளில் கூட்டம் மிக அதிகமாக இருக்கும். எல்லாத்தரப்பு மக்களும் எல்லாத்தட்டு மக்களும் மிகுந்த நம்பிக்கையோடு வந்து வணங்குவதைப் பார்த்து அதிசயித்துப்போவேன்.

கேலண்டர்களில், கடைகளில், பொது இடங்களில், வாகனங்களில், செல்போன் வாட்ஸாப் மேசேஜ்களில், மக்களின் மணிபர்ஸ்களில் என்று எல்லா இடங்களிலும் சாய்பாபாவின் படங்களைப் பார்க்க முடிகிறது.

தமிழ்நாட்டிலேயே பல இடங்களில் பாபாவுக்குக் கோவில்கள் எழுப்பப்பட்டிருக்கின்றன. தேவகோட்டையில் முன்னாள் உச்ச நீதிமன்ற நீதிபதி ஏ.ஆர்.லட்சுமணன் சாய்பாபாவிற்கு பெரியதொரு கோவில் கட்டியிருக்கிறார். பாபாவிற்குத் தங்கத்தேர் ஒன்றும் இருக்கிறது. அங்கும் வியாழன் மற்றும் ஞாயிற்றுக்கிழமைகளில் பெருங்கூட்டம்தான். நீண்ட வரிசைகள்தான்.

ஷிருடிக்கு விமானம் மூலம் போகிறவர்கள், டேக்ஸி மற்றும் ரயில் மூலம் போகிறவர்கள் எண்ணிக்கையும் தொடர்ந்து அதிகரித்து வருவதைக் காண முடிகிறது.

சாய்பாபாவின் சாய் சரித்திரம் படித்ததில் நான் வியந்த ஒரு விஷயம் இது.

“ஷீர்டியில் நானாவலி என்ற பெயரில் தனிப்போக்குள்ள விசித்திரமான மனிதன் ஒருவன் இருந்தான். அவன் பாபாவின் வேலைகளையும், காரியங்களையும் கவனித்து வந்தான். ஒருமுறை அவன், ஆசனத்தில் அமர்ந்திருந்த பாபாவிடம் சென்று, தான் அதில் உட்காரவேண்டியிருப்பதால் பாபாவை எழுந்திருக்கும்படி கூறினான்.”

ஷீர்டிக்கு வருகிறவர்கள் பாபாவைப் பார்க்க, வணங்கத்தான் வருகிறார்கள். அப்படிப்பட்ட பாபாவை, அவர் அமர்ந்திருக்கும்

ஆசனத்தில் இருந்து ஒருவன் எழுந்துகொள்ளச் சொல்கிறான்.

எதற்காக எழுந்துகொள்ள வேண்டும் என்று அவன் சொல்லும் காரணத்தைப் பாருங்கள். பாபா எழுந்துகொண்டதும் அவன் அதில் உட்கார்ந்துகொள்ள வேண்டுமாம். என்ன அநியாயம் இது!

பாபாவிடம் அப்படிச் சொன்னது யார் என்று யோசிக்கும்போது, ஆச்சரியம் இன்னும் கூடுகிறது. பாபாவிற்குப் பணிவிடை செய்யும் ஒருவன். பெயர் நானாவலி.

இப்படி அவன் சொன்னதும், அதற்கு பாபா என்ன செய்தார்?

"பாபா உடனடியாக எழுந்திருந்து, தாம் அமர்ந்திருந்த ஆசனத்தைக் காலி செய்தார்."

சொற்களைக் கவனித்தீர்களா?

'உடனடியாக' மற்றும் 'ஆசனத்தை காலி செய்தார்.'

அதை அவர் எவ்வளவு இயல்பாக எடுத்துக் கொண்டிருந்தால்.. என்பது தவிர, தன் காரியங்களைச் செய்துவரும் நானாவலியை அவர் ஒரு பணியாளனாகக் கருதாமல் இருந்திருந்தால்தான் அப்படி மறுவினையாற்றியிருப்பார்! அவன் செயல் பாபாவிற்கு ஒரு குழந்தையின் செயல்போல இருந்திருக்கிறது.

பாபா ஆசனத்தை காலிசெய்து எழுந்ததும் என்ன நடந்தது?

நானாவலி அதில் அமர்ந்துகொண்டான். கொஞ்சநேரம்தான். பின்பு அவனே தானாக எழுந்துகொண்டு, பாபாவை மீண்டும் அமர்ந்துகொள்ளச் சொல்லியிருக்கிறான்.

அடுத்து?

இங்கும் ஒரு ஆச்சரியம் காத்திருக்கிறது.

அவன் பாபாவின் பாதங்களில் வீழ்ந்து வணங்கியிருக்கிறான்!

எழுந்து ஏதும் நடவாததுபோல போய்விட்டிருக்கிறான்.

பாபாவும் அந்த நிகழ்வுபற்றி எதுவும் நினைக்கவில்லை. "தாம் அதிகாரம் செலுத்தப்பட்டதிலும், வெளியேற்றப்பட்டதிலும், பாபா எள்ளளவும் வருத்தம் அடையவில்லை." நடந்ததை எல்லாம் பார்த்துக்கொண்டிருந்தவர்களுக்குத்தான் அதிர்ச்சியாகவும் சங்கடமாகவும் இருந்திருக்கிறது.

இதில் இன்னும் ஒரு தகவலும் இருக்கிறது. பாபா மஹாசமாதி அடைந்த பதின்மூன்றாவது நாள் நானாவலி தானும் சமாதி அடைந்தான். காரணம், இந்த நானாவலி, பாபாவை மிகவும் நேசித்தவன்.

3. எங்குமிருப்பவர்

ஒரு மாலை நேரம் மயிலை சாய்பாபா கோவிலுக்குப் போயிருந்தேன். வழக்கம் போல நீண்ட வரிசை. சேர்ந்துகொண்டேன். வரிசையில் நின்றபடியே சாய்பாபா சந்நிதியைப் பார்த்தேன். தலையில் கட்டிய துணியுடன், தனது வலதுகாலை இடதுகால் மேல் தூக்கிப்போட்டபடி அமர்ந்திருந்த 'வெள்ளைப்பளிங்கு' பாபா. நெற்றியில் கெட்டியான சந்தனப்பொட்டு. அரக்கு நிற சால்வை. கழுத்து நிறைய மாலைகள். மடியில் கிடந்த சில உதிரிப்பூக்களும் ஒரு பிரித்த தாமரை மொட்டும்.

ஆண்கள், பெண்கள், பிள்ளைகள் என்று ஒவ்வொருவராக அவர் அருகே சென்று வணங்கினார்கள். அவர்களையும் கவனித்தேன்.

அருகில் சென்றதும் அனைவருமே சாயியின் முகத்தை வாஞ்சையோடும் பக்தியோடும் பார்த்தார்கள். வாங்கிக்கொண்டு வந்திருந்த மாலைகளைக் கழுத்தில் அணிவித்தார்கள்.

சிலர், ஏற்கனவே போடப்பட்டிருந்த மாலைகளைத் தளர்த்திவிட்டு, இவர்கள் கொண்டு சென்றிருந்ததைப் போட்டார்கள். சிலர், பல வேறு வண்ணங்களில் சால்வைகள், பொன்னாடைகள் போர்த்தினார்கள். வெள்ளைப் பளிங்கில் இருந்த பாபாவுக்கு

மஞ்சள், பிங்க் நிறங்களில் போர்த்தப்பட்ட சால்வைகள் மிக எடுப்பாக இருந்தன.

சிலர் சாயியின் கன்னத்தையும் தாடையையும் கையால் அன்பாக வருடிக்கொடுத்து தங்கள் கண்களில் ஒற்றிக்கொண்டார்கள். கால்களில் விழுந்து வணங்கினார்கள். ஒரு சிலர் அவர்கள் கொண்டு வந்திருந்த புதிய கார் சாவியை அவர் மடியில் வைத்துவிட்டு எடுத்துக் கொண்டார்கள். வேறு சிலர் கல்விச் சான்றிதழ், வேறு சிலர் சொத்து டாக்குமெண்டுகள் என்று அவர்களுக்கு முக்கியமானவற்றை அங்கிருந்த குருக்களிடம் கொடுத்து பாபாவின் மடியில் வைத்து வாங்கிக் கொண்டார்கள்.

வரிசை நகர்ந்து நகர்ந்து நானும் கர்ப்பகிரகத்துக்குள் கால் எடுத்து வைத்தேன். அந்த அறை மிகவும் சில்லென்று இருந்தது. தரை சற்றுக் கூடுதலாகவே சில்லென்று இருந்தது. அந்த அறையில் மெல்லிய சுகந்தமான வாசம் இருந்தது. அந்த இடத்தில் தெய்வீகமான அமைதி நிலவியது.

வரிசையில் எனக்கு முன்னால் ஒரு பெண், அவர் கையில் மூன்று மாதக் குழந்தை, உடன் அந்தப் பெண்ணின் உறவினர் யாரோ. குழந்தையை குருக்களிடம் கொடுத்தார். மலங்க மலங்க விழித்த அந்தப் பிள்ளையை குருக்கள் வாங்கி பாபாவின் மடியில் அமர வைத்தார். மடியில் குழந்தையுடன் பாபா மேலும் அழகாகத் தெரிந்தார்.

வீட்டுக்கு வந்ததும் ஸ்ரீ சாயி சரித்திரம் புத்தகத்தை எடுத்தேன். ஏதாவது ஒரு பக்கம் படிக்கலாம் என்று ஏதோ ஒரு பக்கத்தைப் பிரித்தேன். அது, பக்கம் 319. அத்தியாயம் முப்பத்து மூன்று.

“பக்தர் நாராயணராவ், பாபா வாழ்ந்திருக்கும் போது இரண்டுமுறை அவரைச் சந்திக்கும் நல் அதிர்ஷ்டம் பெற்றிருந்தார். பாபா காலமான 1918 க்கு மூன்றாண்டுகளுக்குப் பின்னர் அவர் ஷீரடிக்கு

வர விரும்பினார். ஆனால் வர இயலவில்லை. பாபாவின் மஹா சமாதியான ஓர் ஆண்டிற்குள் அவர் நோய்வாய்ப்பட்டு மிகவும் அவதியுற்றார். சாதாரணமாக எடுக்கக்கூடிய எல்லா விதமான சிகிச்சைகளும் கொடுத்தாயிற்று. எதுவும் அவருக்குப் பலனளிக்கவில்லை எனவே பாபாவை அல்லும் பகலும் தியானித்தார். ஒரு நாள் இரவு கனவில் அவர் ஒரு காட்சி கண்டார்.

பாபா நிலவறை ஒன்றிலிருந்து வெளிவந்து அவருக்கு ஆறுதல் கூறும் வகையில், "கவலைப்படாதே, நாளையில் இருந்து நீ குணமடைவாய். ஒரு வாரத்திற்குள் நன்றாக நடமாடுவாய்" என்று கூறினார். கனவில் குறிப்பிடப்பட்ட தினத்திற்குள் நாராயணராவ் பூரண குணமடைந்தார்.

இப்போது கருத்தில்கொள்ள வேண்டிய அம்சம் இதுதான்.

“உடல் இருந்ததனால் பாபா வாழ்ந்து கொண்டிருந்தார். உடலைவிட்டு விட்டதும் இறந்துவிட்டாரா? இல்லை. பாபா எப்போதும் வாழ்கின்றார். ஏனெனில், ‘பிறப்பு-இறப்பு’ என்ற இருமையும் கடந்தவர் அவர்.

எவனொருவன் முழுமனதுடன் அவரை நேசிக்கின்றானோ, அவன் எந்த நேரத்திலும் எந்த இடத்திலும் அவரிடம் இருந்து பதிலைப் பெறுகிறான். நமது அருகிலேயே அவர் எப்போதும் இருக்கிறார். எந்த ரூபத்தையும் எடுத்துக் கொள்கிறார். பிரியமுள்ள பக்தனிடத்துத் தோன்றி அவனைத் திருப்திப்படுத்துகிறார்.”

ஸ்ரீசாயியைப் பணிக. அனைவருக்கும் சாந்தி நிலவட்டும்.

4.வாழ்ந்த விதம்

மயிலை சாய்பாபா கோயிலில் கொடுக்கப்படும் பிரசாதம் பல்வேறு விதங்களில் வித்தியாசமானது. சந்நிதியில் தீர்த்தமும் விபூதி குங்குமமும் கொடுப்பார்கள். அபிஷேகத்திற்கும் சிறப்பு பூஜைகளுக்கு பணம் கட்டியவர்களுக்கு, கேசரி, புளியோதரை, சர்க்கரைப் பொங்கல் போன்றவை கொடுக்கப்படும். ஆனால் நான் குறிப்பிடவரும் பிரசாதம் வேறு.

மந்தாரை இலைக் கிண்ணம் போன்ற தொன்னைகளில் கொதிக்கக் கொதிக்க, நெய்வழியும் வெண்பொங்கல். நெய்யும் பாசிப்பருப்பும் வெல்லமும் கலந்த சர்க்கரைப் பொங்கல், மற்றும் மணக்கும் சாம்பார் சாதம்.

ஒருநாளும் தவறாது காலை முதல் இரவு கோயில் சாத்தும்வரை, மேற்சொன்னவற்றுள் ஏதாவது ஒரு பிரசாதம் வழங்கப்பட்டுக் கொண்டேயிருக்கும். கோயிலில் பிரசாதம் கொடுக்கப்படாத நேரம் வெகு குறைவு.

நாற்காலியில் அமர்ந்து, மொண்டு மொண்டு கொடுக்கும் வேலையை, பல தன்னார்வத் தொண்டர்கள் பிரியத்துடன் செய்வார்கள். இப்படிப்பட்ட வேலைகள் செய்ய அங்கே பலருண்டு.

கோயிலின் கணிசமான பகுதி சமையலுக்கும் வினியோகத்திற்கும் ஒதுக்கப்பட்டிருக்கிறதோ என்று தோன்றும் அளவுக்கு இதற்கு அவ்வளவு முக்கியத்துவம் அங்கே.

நீண்ட வரிசைகளில் நின்று வாங்கிச்செல்லும் பக்தர்கள் அங்கேயே நின்று சாப்பிடுவார்கள். சிலர் குடும்பமாய் தரையில் அமர்ந்து சாப்பிடுவார்கள். எத்தனை முறை கேட்டாலும் கொடுப்பார்கள்.

பொங்கலும், சாம்பார் சாதமும் பெரிய பெரிய ஹிண்டாலியம் அண்டாக்களில் தொடர்ந்து வந்துகொண்டேயிருக்கும். அந்தப் பெரிய கொதிக்கும் அண்டாக்களை டிராலிகளில் வைத்து இழுத்து வருவார்கள்.

தூரத்தில் சமையலறை. நவீன முறையில் ஸ்டீம்குக்கிங். அதற்குத் தேவையான அரிசி, பருப்பு, வெல்லம், நெய் எல்லாம் பல அளவுகளில், பல பக்தர்களாலும் கொடுக்கப்படுபவை. அவர் அவராகக் கொண்டு வந்து வைத்துவிட்டுப் போவார்கள். சமையலுக்கு எடுக்க எடுக்க, அந்த இடத்தில் பொருட்கள் குறையவே குறையாது.

தொன்னைப் பிரசாதம் தவிர மதியவேளைகளில் தயிர்சாதம், சாம்பார் சாதம் போன்றவற்றை 'இக்ஃலு' தட்டுக்களில் வைத்துக் கொடுப்பார்கள். பல நூறு பேர் வரிசையில் நின்று வாங்கிச் சாப்பிடுவார்கள். அதில் பல்வேறு இடங்களில் இருந்து வரும் ஏழைகளும் அடக்கம்.

வேலையில்லாமல் சிரமப்பட்ட காலத்தில் மூன்று வேளையும் பாபா கோயில் பிரசாதமே உணவாக எடுத்துக்கொண்ட ஒருவர், தற்சமயம் தொழில் வியாபாரத்தில் ஓஹோவென்று வந்துவிட்டாராம். தொன்னைகளும் தட்டுகளும் அவர் உபயம் என்று வரிசையில் நிற்கையில் ஒரு அம்மாள் சொன்னார்கள். இப்படி எத்தனை பேரோ!

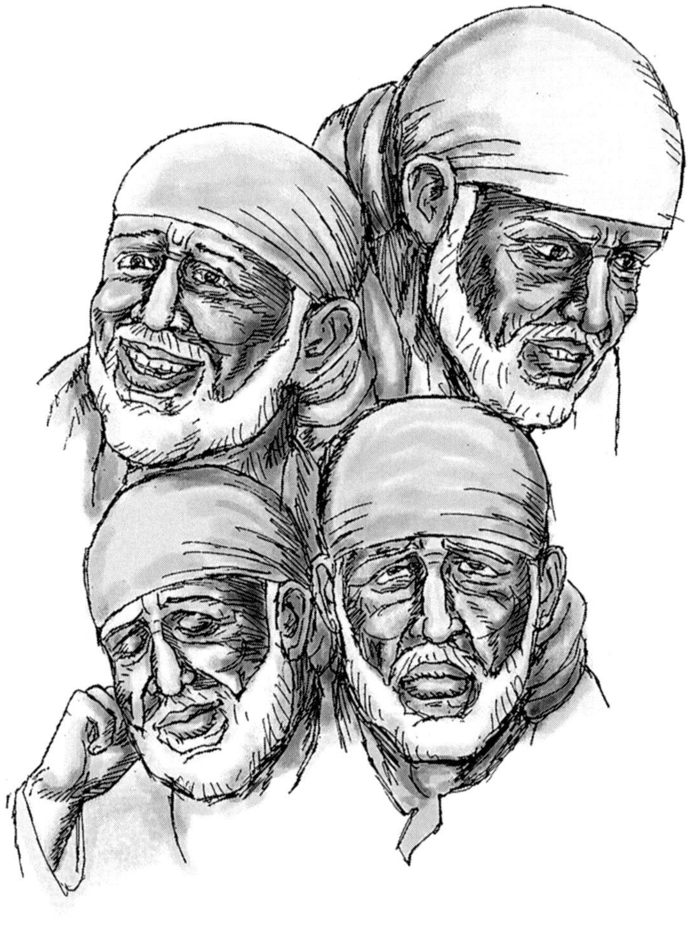

இவற்றை எல்லாம் கண்டு வியந்தபடி வீடுவந்து, ஸ்ரீ சாய்சரித்திரத்தில் எதாவது ஒரு பக்கம் படிக்கலாம் என்று புத்தகத்தைப் பிரித்தேன். வந்தது பக்கம் 83. அத்தியாயம் எட்டு.

"பாபா மதியம் வரை பிச்சை எடுத்தார். ஆனால் பிச்சை எடுப்பது மிகவும் நியதியில்லாது இருந்தது. சில நாட்களில் சில சுற்றுக்களே சென்றார். சில நாட்களில் பகல் பன்னிரண்டு மணி வரையும் எடுத்தார். இவ்வாறு சேர்க்கப்பட்ட உணவு, ஒரு சட்டியில் கொட்டப்பட்டது. நாய்களும் காக்கைகளும், பூனைகளும் அதிலிருந்து தாராளமாகச் சாப்பிட்டன. பாபா அவற்றை விரட்டியதே இல்லை.

மசூதியைப் பெருக்கிய பெண்மணி பத்து அல்லது பன்னிரண்டு ரொட்டித்துண்டுகளைத் தன் வீட்டிற்கு எடுத்துச்சென்றாள். அவள் அவ்வாறு செய்வதை யாரும் தடைசெய்யவில்லை. கனவில்கூட பூனைகளையும் நாய்களையும் கடுஞ்சொற்களாலோ ஜாடைகளாலோ விரட்டி அறியாத அவர் எவ்வாறு ஏழ்மையான திக்கற்ற மக்களுக்கு உணவை மறுக்க இயலும்."

5.வைத்தியர்

அவர் பெயர் கோவிந்தராஜன். ஆள் ஆறடி உயரம். ஆகிருதியான தேகம். பெரிய பதவியில் இருந்தும் ஓடியாடி உழைத்தவர். உடல் பருமன் காரணமாகக் கடுமையான முதுகுவலி. பல வைத்தியங்கள் செய்தும் பலனில்லை.

நல்ல பெயர் பெற்ற ஒரு மருத்துவமனைக்குப் போனார். அறுவைசிகிச்சை செய்வதென்று முடிவாயிற்று. அறுவை சிகிச்சைக்கு நாளும் குறித்தார்கள்... அனுமதித்தாயிற்று. அன்றுதான் ஆப்பரேஷன். கோவிந்தராஜனை அவரது அறையில் இருந்து ஆப்பரேஷன் தியேட்டருக்கு அழைத்துப் போகிறார்கள்.

கோவிந்தராஜன் இப்போது ஆப்பரேஷன் தியேட்டரில் படுத்திருக்கிறார். சுற்றிலும் வெள்ளைச் சீருடை அணிந்த சிலர் நிற்கிறார்கள். கோவிந்தராஜன் மனதில் பல எண்ணங்கள் வந்து போகின்றன. சுற்றி நின்றவர்களில் ஒருவர் கோவிந்தராஜனிடம் சொல்கிறார்.

“சர்ஜன் இப்ப வந்திடுவார். ஆப்ரேஷனுக்காக நாங்க முதலில் அயோடின் வைத்து க்ளீன் செய்யப் போகிறோம்” என்ன

தோன்றியதோ தெரியவில்லை. அவரிடம் கோவிந்தராஜன் சொல்கிறார்,

“நான் ஈக்கோஸ்பிரின் மாத்திரை சாப்பிடுபவன்”

அப்போது அங்கிருந்த மருத்துவர்களில் ஒருவர் அப்படியா என்று கேட்டுவிட்டு, அறைக்கு வெளியே போகிறார். பின்பு ஆப்ரேஷன் செய்யவிருந்த தலைமை சர்ஜனுடன் வருகிறார். தலைமை சர்ஜன் கோவிந்தராஜன் அருகில் குனிந்து மெதுவாகச் சொல்கிறார்,

“இது மேஜர் ஆப்பரேஷன். நீங்கள் ஈக்கோஸ்பிரின் மாத்திரை சாப்பிடுவதை ஐந்து நாட்களுக்கு முன்பே நிறுத்தியிருக்க வேண்டும். அது ஆஸ்பிரின் வகை, ரத்தத்தை உறையவிடாத மாத்திரை. நல்லவேளை இப்போது தெரியவந்தது. சாரி. இன்று ஆப்ரேஷன் செய்ய முடியாது.”

ஆமாம், அதெப்படி கோவிந்தராஜனுக்கு தான் அப்படி ஒரு மத்திரை சாப்பிட்டுக் கொண்டிருப்பவர் என்று அங்கே ஒருவரிடம் சொல்ல வேண்டும் என்று தோன்றியது. அவ்வளவு பெரிய ஆபத்து நீக்கப்பட்டது?

ஸ்ரீசாயி சரித்திரத்தில் இருந்து ஒரு நிகழ்வு. அத்தியாயம் 13, பக்கம் 132.

பாபாவின் அடியவரான காகா மஹாஜனி என்பவர் ஒரு முறை வயிற்றுப்போக்கால் அவதியுற்றார். பாபாவுக்குத் தனது சேவை தடைபடாமல் இருக்க, ஒரு மூலையில் பானையில் தண்ணீரை வைத்துவிட்டு, பாபா கூப்பிடும் போதெல்லாம் செல்வார்.

சாயிபாபா அனைத்தையும் அறிந்தவராயிருப்பதால் தனது வியாதியையும் சீக்கிரம் குணப்படுத்துவார் என்று எண்ணிய காகா அதைப்பற்றி எதையுமே பாபாவிடம் தெரிவிக்கவில்லை.

மசூதிக்கு முன்னால் கட்டப்பட்டிருக்கும் தாழ்வாரத்தின் வேலை,

பாபாவால் அனுமதியளிக்கபட்டுவிட்டது. ஆனால் ஏனோ வேலை தொடங்கியவுடன் பாபா கொந்தளிப்புற்று பலமாகக் கூச்சலிடத் தொடங்கினார். எல்லோரும் ஓடினார்கள். காகாவும் ஓடினார். பாபா அவரைப்பிடித்து அங்கேயே உட்காரவைத்துக் கொண்டார்.

அந்தக் களேபரத்தில் யாரோ ஒருவர் ஒரு சிறிய நிலக்கடலைப் பையை விட்டுவிட்டு ஓடியிருந்தார்.

பாபா கைநிறைய கடலைப்பருப்புகளை எடுத்துத் தமது கைகளால் அவற்றைத் தேய்த்து, தோலை ஊதி சுத்தமான கடலைப்பருப்புகளை காகாவிடம் கொடுத்துச் சாப்பிடச் சொன்னார்.

திட்டுவது, கடலை சுத்தம் செய்வது, அவற்றை காகாவைச் சாப்பிடச்சொல்வது என்று பாபா தொடர்ந்து செய்து கொண்டேயிருந்தார். பாபா தாமே சிலவற்றைச் சாப்பிட்டார்.

பையில் இருந்த கடலை தீர்ந்ததும், பாபா அவரிடம் தனக்குத் தாகமாய் இருப்பதால் தண்ணீர்கொண்டு வரச்சொன்னார். கூஜா நிறைய காகா தண்ணீர் கொண்டு வந்தார். பாபா சிறிது அருந்திவிட்டு, காகாவையும் தண்ணீர் குடிக்கும்படி கூறினார். பாபா அப்போது,

“உனது வயிற்றுப்போக்கு நின்றுவிட்டது. நீ இனிமேல் தாழ்வாரத்தின் வேலையைக் கவனிக்கலாம்” என்று சொன்னார்.

இதற்கு இடையில் ஓடிப்போனவர்கள் எல்லாம் திரும்பி வந்தனர். வயிற்றுப்போக்கு நின்றுபோன காகா தனது வேலையை ஆரம்பித்தார்.

தனக்கு வயிற்றுப்போக்கு என்று காகா, பாபாவிடம் சொல்லவேயில்லை. தான் சொன்ன வேலையை எல்லோரும் செய்ய ஆரம்பிக்கையில் பாபா வினோதமாகக் கத்தி ஆர்ப்பாட்டம் செய்து எல்லோரையும் அங்கிருந்து விரட்டுகிறார். ஆனால்

நினைவாக காகாவை மட்டும் இழுத்து அருகில் உட்கார வைத்துக் கொள்கிறார். அங்கே இருந்த கடலையைத் தாமே தோல் நீக்கி கொஞ்சம் கொஞ்சமாக காகாவிற்குக் கொடுக்கிறார். பின்பு உன் வயிற்றுப்போக்கு நின்றுவிட்டது என்று சொல்கிறார். பாபா கொடுத்த வேர்க்கடலை வயிற்றுப்போக்கை நிறுத்திவிடுகிறது.

இதில் பல்வேறு இடங்களில் இருந்து வரும் ஏழைகளும் அடக்கம்.

6. ஏன் செய்தார்! எவர் அறிவார்?

மயிலை பாபாகோயில் சில சமயங்களில் கூட்டம் குறைவாக இருக்கும். வேறுசில நேரங்களில் கோயிலுக்குள் போவதே சிரமம் என்கிற அளவு முண்டியடிக்கும்.

எதிரே நின்று கும்பிட்டுவிட்டுச் சுற்றி வரலாம். பின் பக்கமும் போகலாம். பாபா அருகே சென்று அவர் காலைத் தொட்டு வணங்க வேண்டும் என்றால் கம்பி கட்டியிருக்கும் வரிசையில் போகவேண்டும்.

வரிசையில் நிற்கும் நேரம் சிலர் சந்நிதியையே பார்த்துக் கொண்டிருப்பார்கள். வேறு சிலர், அவர்கள் போக்கில் அங்கும் இங்கும் பார்வையை ஓடவிட்டுக் கொண்டிருப்பார்கள். நான் பெரும்பாலான சமயங்களில் அண்ணாந்து சுற்றுப்புறச் சுவர்களின் உள்பக்கம் மேல்பகுதியில் வைக்கப்பட்டிருக்கும் சித்திரங்களைப் பார்ப்பேன்.

பார்ப்பேன் என்றால், மேலோட்டமாக அல்ல. பக்தி மிகுந்தும் அல்ல. ஒரு சின்னப்பிள்ளை, சித்திரக்கதைகளை கவனிக்குமே! அப்படிப்பட்ட ஆர்வத்துடன் பார்ப்பேன். ஆழ்ந்து

பார்ப்பேன். எத்தனை முறை பார்த்தும் இன்னும் அந்த ஆர்வம் குறையவேயில்லை.

மிக அழகான ஓவியங்கள் அவை. கருஞ்சிவப்பும் லேசான மஞ்சளுமாய், தீர்க்கமாய் தீட்டப்பட்டிருக்கும் ஓவியங்கள் அவை. எல்லாப் படங்களிலும் பாபா, தலையில் வெள்ளைத் துணியைச் இறுகச்சுற்றி, அதைப் பின்பக்கம் முடிந்திருப்பார். முழங்காலுக்கும் கீழ்வரை நீளும் ஜிப்பா போன்ற ஓர் ஒற்றை ஆடை அணிந்திருப்பார். அதுவும் 'தொளதொள' வென்றும் சில இடங்களில் கிழிசலாகவும் இருக்கும்.

ஒரு சித்திரத்தில் அவர் நடனமாடிக் கொண்டிருப்பார். அது பொழுதுசாய்ந்த நேரம்போலவும் தீப்பந்தம் ஒன்றில் இருந்துவரும் வெளிச்சத்தில் கிராமத்தவர் சிலர் வட்டமாக அமர்ந்து இருப்பது போலவும், அவர்களுக்காக பாபா நடுவில் தனியாக ஆடுவது போலவும் இருக்கும்.

மற்றொரு சித்திரத்தில் அவர் ஒரு கல்லின் மீது அமர்ந்திருப்பார். அவரைச் சுற்றிலும் சிறுவர் சிறுமியர் நெருக்கமாக நிற்பார்கள். பாபா கையில் ஏதோ தின்பண்டம். அதை அந்தப் பிள்ளைகளுக்குக் கொடுத்துக் கொண்டிருப்பார். பிள்ளைகள், எனக்கு, எனக்கு என்று ஒருவரை ஒருவர் முண்டிக்கொண்டிருப்பார்கள்.

அடுத்த படம் இன்னும் அற்புதமானது. பலரும் பசியோடு காத்திருக்க, பாபா, கல்கூட்டிய அடுப்பின் மீது இருக்கும் சமைக்கும் தவலைக்குள் கையைவிட்டு வேகின்ற எதையோ கையாலேயே கிண்டிக் கொண்டிருப்பார். அவர்களுக்காக அவரே சமையல் செய்து கொண்டிருக்கும் படம் அது.

சித்திரங்களில் பாபா செய்பவற்றைப் பார்த்த பின்பு அவரது சரித்திரத்தில் வரும் ஒரு பகுதி நினைவுக்கு வந்தது. அந்தப் பகுதி...

'சில நேரம் பாபா நீண்டநேரம் மவுனம் அனுஷ்டித்தார். அது ஒரு வகையில் பிரம்மத்தைப் பற்றிய அவரது நீண்ட விளக்கமாகும். மற்ற சில நேரங்களில் தமது அடியவர்களால் சூழப்பட்டு உணர்ச்சிகளின் திரள், ஆனந்தம் இவைகளின் அவதாரமாகத் தோன்றினார். சில நேரங்களில் அவர் உருவகக் கதைகளால் பேசினார். மற்ற சில நேரங்களில் வேடிக்கைக்கும் நகைச்சுவைக்கும் அதிக இடம் கொடுத்தார்.

சில நேரங்களில் அவர் முழுதும் ஐயம் இன்றியும், சில நேரங்களில் சீற்றம் கொண்டவராகவும் தோன்றினார். சில நேரங்களில் தனது நீதியை ரத்தினச் சுருக்கமாகச் சொன்னார். வேறு சில சந்தர்ப்பங்களில் அதைப்பற்றி நெடிய விவாதம் நடத்தினார். பல சமயங்களில் அவர் மிகவும் வெளிப்படையாக இருந்தார்.

இவ்வாறாக அவர் பலருக்கும் வெவ்வேறு விதமான செயல்முறைக் கட்டளைகளை அவரவர்களின் தேவைகளுக்கு ஏற்ப அளித்தார். எனவே அவரது வாழ்க்கையானது அறிவால் அறிந்துகொள்ள இயலாதது. நமது மனதின் எல்லைக்கு அப்பாற்பட்டது.

நமது புத்தி சாதுரியத்தையும் மொழிகளையும் கடந்தது. அவரது முகத்தைப் பார்க்க, அவருடன் பேச, அவரது லீலைகளைக் கேட்க இருக்கும் நமது பேரார்வமானது திருப்தி செய்யப்படவேயில்லை என்றாலும் நாம் மகிழ்ச்சியால் நிரம்பி வாழ்கிறோம்.

மழையின் துளிகளை நாம் எண்ணிவிடலாம். காற்றைத் தோல் பையினுள் அடைத்துவிடலாம். ஆனால், பாபாவின் லீலைகளை யாரால் அளக்க முடியும்?”

7. தேவை ஆசீர்வாதம்

மயிலை சாய்பாபா கோயில் இருக்கும் சாலையில் போனால் போதும் அன்று என்ன கிழமை என்று தெரிந்துவிடும். வியாழன், சனி மற்றும் ஞாயிற்றுக்கிழமைகளில் அதுவும் மாலை நேரத்தில் அந்தச் சாலையில் நுழைவதே சிரமமாக இருக்கும். கூட்டம் அலைமோதும். வாசல் வழியாக உள்ளே நுழைவதற்கே பிரயத்தனப்பட வேண்டியிருக்கும்.

தவிர ஐம்பது, நூறு மீட்டர் தூரங்களுக்கு நாலாபக்கமும் வாகனங்கள் வந்து அடைந்திருக்கும். அவற்றில் சில அரசு வண்டிகளாகவும் இருக்கும். சாதாரண வருவாய் உள்ளவர்கள், நடுத்தர வர்க்கத்தினர், பெரும் வசதி படைத்தவர்கள் என்று எல்லா தரப்பு மக்களும் வருவார்கள். கைகளில் பெரிய மாலைகள், பட்டு சால்வைகள், இனிப்பு டப்பாக்கள், சாக்லேட் பேக்கெட்டுகள் என்று பலவற்றையும் கொண்டு வருவார்கள். பல்வேறு மொழி பேசுகிறவர்களையும் அங்கே சேர்த்துப் பார்க்க முடியும். வயது,படிப்பு, பதவி, பணம், பால் என்று எதன் அடிப்படையிலும் ஒற்றுமை இருக்காது. வயதானவர்கள், சிறுவர்கள், இளைஞர்கள், ஆண்கள், பெண்கள், திருநங்கைகள், அதிகாரிகள், சீருடை

அணிந்த அரசுப் பணியாளர்கள் என்று எல்லா வகையினரும் கூடிவிடுவார்கள், கும்பிடுவார்கள். ஒன்றிப்போய்விடுவார்கள்.

பாதம் பணிவது, உச்சிமுகர்வது, கையெடுத்துக் கும்பிடுவது, நெக்குருகி நிற்பது, கண்கலங்க இறைஞ்சுவது, ஆழமாய்ப் பார்ப்பது, வாய்விட்டு அரற்றுவது, நெடுஞ்சாண் கிடையாக வீழ்ந்து வணங்குவது, அமைதியாகக் கண்மூடி தியானிப்பது என்று பலவிதங்களில் பாபாவுடன் தொடர்புகொள்வார்கள்.

எங்கிருந்தெல்லாம் வருகிறார்கள்! எத்தனை விதமானவர்களாக இருக்கிறார்கள்!! எப்படியெல்லாம் வணங்குகிறார்கள் என்ற வியப்புடன் ஸ்ரீசாயி சரித்திரத்தை எடுத்து அதில் 200ஆம் பக்கத்தைப் படித்தேன்.

‘புனேவைச் சேர்ந்த அனந்தராவ் பாடண்கர் என்ற பெரிய மனிதர் ஒருவர் பாபாவைக் காண விரும்பினார். அவர் ஷிர்டிக்கு வந்து பாபாவின் தரிசனத்தைப் பெற்றார். அவருடைய வெகு நாள்

ஆசை நிறைவேறியது என்பது அவரது கண்களிலேயே தெரிந்தது. அவர் ஆனந்தம் அடைந்தார். பாபாவின் கால்களில் வீழ்ந்து வணங்கினார்.

வணங்கி எழுந்து பாபாவிடம் சொன்னார், "நான் ஏராளமாகப் படித்திருக்கிறேன். வேதங்கள், வேதாந்தங்கள், உபநிஷதங்கள் இவற்றைப் பயின்றும், புராணங்களைக் கேட்டும் இருக்கிறேன். என்றாலும் எனக்கு மன அமைதி கிடைக்கவில்லை. அதனால் என்னுடைய கல்வி அறிவினால் ஒன்றும் பலனில்லை என்று நினைக்கிறேன். அதேசமயம் என்னைவிட எளிய, அதிகம் அறியாத ஆனால் என்னைவிட பக்தியுள்ள மக்கள் என்னைவிட மன அமைதியுடன் இருப்பதையும் பார்க்கிறேன்.

மனம் அடங்கினால் அன்றி, எந்த நூலறிவினாலும் பலனில்லை. நீங்கள் உங்களது திருநோக்கினாலும் விளையாட்டான மொழிகளாலும் எவ்வளவோ மக்களுக்கு மனசாந்தி வழங்குகிறீர்கள் என்று பலர் சொல்லக் கேட்டிருக்கிறேன். அதனால்தான் நான் இங்கு வந்திருக்கிறேன். தயவுசெய்து என்மீது இரக்கம்காட்டி, என்னை ஆசீர்வதியுங்கள்."

ஆம், தேவை அவரது ஆசீர்வாதம்தானே. அதற்காகத்தானே அவ்வளவு கூட்டம்.

8.துனியும் உதியும்

ஆசிரியர் தினவிழாவில் பேசுவதற்காக அழைத்திருந்தார்கள். காலை எட்டரை மணிக்கு கார் வந்தது. கார் கல்லூரி வளாகத்தை நெருங்குகையில், அழைத்துச் சென்றுகொண்டிருந்த விரிவுரையாளர் கைபேசிக்கு ஓர் அழைப்பு. கல்லூரியில் இருந்து. "சரி சார். நேரா அங்க கூட்டிக்கொண்டு வந்து விடுகிறேன்" என்று பதில் சொல்லிவிட்டு, ஒருமுறை என்னைத் திரும்பிப்பார்த்துக் கொண்டார் அவர்.

இப்படிப்பட்ட நிகழ்வுகளுக்குப் போகையில், விழா அரங்கம் போவதற்கு முன் கல்லூரி முதல்வர் அல்லது தலைவர் அறைக்கு அழைத்துப்போவது வழக்கம். அப்படித்தான் இருக்கும் என்று நினைத்தேன்.

கல்லூரி வளாகத்தினுள் நுழைந்து ஓரிடத்தில் நின்றது. இறங்கினேன். அட! அது ஒரு சாயிபாபா கோயில். நான் நினைத்துப்பார்க்கவேயில்லை. இன்ப அதிர்ச்சி. பின்புதான் நினைவு வந்தது, 'அட! இவர்கள் கல்லூரியின் பெயரே, ஸ்ரீசாய்ராம் பொறியியல் கல்லூரி' அல்லவா.

காலணியைக் கழற்றிவிட்டு சந்தோஷமாகப் படியேறினேன். பெரிய கோயில். நீண்ட ஹால், ஹாலின் இரண்டு பக்கச் சுவர்களிலும் பாபாவின் வாழ்க்கை நிகழ்வுகளின் வண்ணப்படங்கள்.

ஹாலின் கோடியில் பாபாவின் அழகிய பளிங்கு உருவம். மயிலையில் இருப்பது போலவே. குருக்கள் ஒருவர் தீர்க்கமாக மந்திரங்கள் சொன்னார். தீபம் காட்டி, பிரசாதம் கொடுத்து.. பேசப்போன எனக்கு சாய்பாபாவின் தரிசனம், ஆரத்தி, பிரசாதங்கள், மாலை என சந்தோஷம் தாங்கவில்லை.

அந்த சாய் கோயிலில் 'துனி'யும் அமைக்கப்பட்டுள்ளது. கண்மூடி வணங்கினேன். கண்திறந்தபோது, என் கையில் ஒரு கொப்பரைத் தேங்காயைக் கொடுத்தார்கள். துனியில் அதைப் போட்டுவிட்டு, மனம் முழுக்க நிரம்பியிருந்த அமைதியுடன் வெளியே வந்தேன்.

அங்கே சிவப்புநிறப் பளிங்குக் கல்லில் எழுதிவைக்கப்பட்டிருந்த 'துனி' வரலாற்றைப் படித்தேன்.

சாய்பாபா 1858 ஆம் ஆண்டு முதல் தம் வாழ்நாளில் 60 ஆண்டு காலம் வரை மகாராஷ்ட்டிரா மாநிலம், ரடி கிராமத்தில் உள்ள மசூதியில் தங்கியிருந்தார். 1861 ஆம் ஆண்டு ஒருநாள் கனமழை மற்றும் கடும் குளிர்காற்று வீசியது. அப்போது தொழுநோயால் பாதிக்கப்பட்டிருந்த பாகோஜி ஷிண்டே என்பவர் அடைக்கலம் தேடி மசூதியை நோக்கிச் சென்றார். கடும் குளிர்காற்றைத் தாங்க முடியாமல் மசூதி வாசலில் கீழே விழுந்த அவர், "சாய்சாய்" எனக் கதறினார். உடனே பாபா அவரை நோக்கிச்சென்று, தூக்கி மசூதிக்குக் கொண்டு சென்றார்.

அவரது குளிரைப் போக்க உடனடியாக நெருப்பு தேவைப்பட்டது. ஆனால் அந்தக் கடும் குளிர் காற்றில் நெருப்பு பற்ற வைக்க இயலாது. ஆகையால் பாபா வேப்ப மரத்தின் அடியில் ஜோதி வடிவில் இருக்கும் தாய் துவாரக மாயியை அழைத்தார். உடனே

தாய் துவாரகமாயி ஒரு உருவமற்ற வடிவில் தோன்றி நெருப்பை உண்டாக்கினார்.

அந்தப் புனித நெருப்பின் வெப்பத்தில் பாகோஜி நினைவு திரும்பினார். சாய்பாபா அவரைத் தொட்டுத் தூக்கியதாலும், தாய் துவாரகமாயி நெருப்பின் வெப்பத்தினாலும் அவரது தொழுநோய் முற்றிலும் குணமானது. அந்நாள் முதல் மசூதிக்கு ‘துவாரகமாயி’ என்று பாபா பெயர் சூட்டினார்.

துவாரகமாயி என்றால், தாயின் மடி அல்லது சொர்க்கத்தின் வாசல் என்று பொருள். அன்று ஏற்றப்பட்ட புனித நெருப்புக்கு ‘துனி’ என்று பெயர். இப்புனித நெருப்பிலிருந்து வரும் சாம்பல், ‘உதி’ என்று அழைக்கப்படுகிறது. உதி மக்களின் பாவம், கர்ம வினை, நோய், இடையூறு ஆகியவற்றைப் போக்கும் சக்தி வாய்ந்தது.

பாபா தன்னை தரிசிக்க வரும் பக்தர்களுக்கு தன் கையால் ஒருபிடி உதியைக் கொடுத்தார். இதன்மூலம் ஒருபிடி சாம்பலே நமது உடம்பு என்பதையும், இப்பிரபஞ்சத்தில் காணப்படும் பொருட்கள் அனைத்தும் நிலையற்றது என்பதையும் உணர்த்தினார்.

இப்புனித நெருப்பு இன்றளவும் அணையாமல் துவாரகமாயியில் பாதுகாக்கப்பட்டு வருகிறது. புனித நெருப்பில் இருந்து கிடைக்கும் சாம்பல் உதிபிரசாதமாக பக்தர்களுக்கு வழங்கப்படுகிறது.

நாம், துனியில் (புனித நெருப்பு) நமது பிரார்த்தனைகளை வேண்டிக்கொண்டு கொப்பரைத் தேங்காய், நவதானியம், வரட்டி, விறகு, சாம்பிராணி மற்றும் நெய் முதலியவற்றைப் போடலாம்.

“துவாரகமாயி வாசலை எவர் ஒருவர் மிதிக்கின்றாரோ, அவருடைய துன்பம் ஒரு முடிவுக்கு வந்து, அவர் சௌகரியத்தை அடைகிறார்.”

௯.'சாயி வந்து என்னைப் பார்ப்பார்'

பாபா, அடியவர்களுக்கு தமது தகைமைக் களஞ்சியத்தைச் செலவிட்டார். அவர்களுக்கு உதவி செய்வதில் எப்போதும் விழிப்பாய் இருந்தார். ஆனால் அவராக அடியவர்களை வரவேற்க எண்ணினால் தவிர, ஒருவரும் அவரை அணுக இயலாது.

அவர்களது முறை வரவில்லையென்றால் பாபா அவர்களை நினைப்பதில்லை. அவருடைய லீலைகளும் அவர்களின் காதுகளை எட்ட இயலாது.

சிலர் சாயியைப் பார்க்க விரும்பினர். ஆயினும் அவரது மஹாசமாதி வரை அவரின் தரிசனத்தைப் பெறும் வாய்ப்பு அவர்களுக்குக் கிடைக்கவே இல்லை.

பாபாவின் தரிசனத்தைப் பெற விரும்பிய பலரின் விருப்பமானது இங்ஙனம் நிறைவேறாமல் போனது.

அவர்மீது நம்பிக்கை கொண்ட இத்தகையோர் அவரது லீலைகளைச் செவிமடுப்பார்களாயின், அவரது தரிசனத்திற்கான அவர்களது ஏக்கமானது அதன் மூலம் திருப்தி்ப்படுத்தப்படும்.

மேலே கொடுக்கப்பட்டிருப்பது ஸ்ரீசாயி சரித்திரத்தின் 12-ம் அத்தியாயத்தின் ஒரு சிறுபகுதி. சாய்பாபா மஹாசமாதி ஆகிவிட்டார். அவரை நேரே பார்க்கும் ஆவலை நிறைவு செய்துகொள்ள அவரது லீலைகளைச் செவிமடுக்கலாம் என்பது அதன் சாரம்.

ஷிர்டியில் அவர் நிகழ்த்திய லீலைகள் பல பற்றி புத்தகங்களில், சாயி சரித்திரத்தில் குறிப்பிடப்பட்டிருக்கின்றன. அவையெல்லாம் அவர் காலத்தில் நிகழ்ந்தவை. அதோடு அவரது லீலைகள் அதோடு முடிந்துவிட்டனவா என்ன?

அந்தப் பெண்மணிக்கு வயது 30 இருக்கும். சென்னையில் வசிக்கிறார். பெயர் விஜயா. தீவிர சாயி பக்தை. அவருக்கு உடல்நலம் சரியில்லாமல் போனபோது, மருத்துவமனைக்குப் போகும் சூழ்நிலை.

அவர் வீட்டில் வைத்திருக்கும் ஒரு சிறு சாயிபாபா விக்கிரகத்தை மருத்துவமனைக்கு எடுத்துப்போக நினைத்திருந்தார். ஆனால் அவசரத்தினாலோ என்னவோ எடுத்துப்போகவில்லை.

அன்று விசிட் வந்த மருத்துவர் சொன்ன விவரம் கலக்க மூட்டுவதாக இருந்தது. விஜயாவிற்கு சாயியைப் பார்க்கவேண்டும் என்று தோன்றிக்கொண்டேயிருந்தது. பக்கத்தில் ஒருவரிடம் அவரது கணவர் கேட்டதற்கு, “சாயியை நினைத்து ஒரு வெள்ளைத் துணியில் 16 ஒரு ரூபாய் காசுகளை முடிந்து வைத்திடுங்கள்” என்று சொல்லியிருக்கிறார்கள்.

சுத்தமான கோடி வெள்ளைத்துணி வாங்கி வருகிறேன் என்று கணவன் கிளம்ப எத்தனிக்க, விஜயா விடுவதாக இல்லை. “வேண்டாம் என்னை விட்டுவிட்டுப் போகாதீர்கள். எனக்கு பயமாக இருக்கிறது” என்று சொல்லியிருக்கிறார்.

“பாபாவிற்கு முடிந்து வைக்கத்தானே, இதோ இப்போது வந்து விடுவேன்.”

“வேண்டாம்.”

“பாபா...”

“பாபாவைப் பார்க்க முடியவில்லை என்று நான் சொன்னதற்குத்தானே முடிந்து வைக்கச் சொன்னார்கள். பாபாவே வந்து என்னைப் பார்ப்பார் பாருங்கள்.”

விஜயா வேண்டாம் என்கிறாரே என்பதால் கணவன் வெளியில் போகவில்லை. அரைமணி நேரம் கடந்து இருக்கும். விஜயாவின் உறவினர் குமார், அவர்களைப் பார்க்க மருத்துவமனைக்கு வருகிறார்.

வந்தவர் என்ன ஆச்சு ஏன் என்றெல்லாம் விசாரித்துவிட்டு, கொண்டு வந்திருந்த துணிப்பைக்குள் கையைவிட்டு அதை எடுத்துக்கொடுத்தார். மருத்துவமனையில் இருப்போரைப் பார்க்க வருகிறவர்கள் பழம் அல்லது ஹார்லிக்ஸ் போல ஏதாவது கொண்டு வருவார்கள்.

ஆனால், குமார் எடுத்து வந்திருந்தது, பித்தளையினால் ஆன ஒன்றரை அடி உயரமுள்ள ஒரு பாபா விக்கிரகம்!

விஜயாவிற்கும் அவர் கணவருக்கும் வியப்பில் பேச்சு வரவில்லை. “என்ன இது!” என்கிறார்கள் ஒருவரை ஒருவர் பார்த்தபடி ஒருசேர.

ஒண்ணும் இல்லை. கொடைக்கானலில் இருந்து ஒருநாள் எனக்கு இந்த விக்கிரகம் குரியர் தபாலில் வந்தது. எனக்கு அனுப்பச்சொல்லி என் நண்பர் ஒருவர் முகவரி கொடுத்திருந்திருக்கிறார். பாபாவே கனவில் சொல்லியதால் கொடைக்கானலில் இருக்கும் அந்த அன்பர் வேண்டுபவர்களுக்கு இந்த விக்கிரகத்தை அனுப்பி வைக்கிறாராம்.

என்னிடம் வந்து சில நாட்கள் ஆகின்றன. உங்களைப் பார்க்கக் கிளம்புகையில், இதை உங்களுக்குக் கொடுக்கலாம் என்று தோன்றியது. கொடுக்கலாம்தானே. நீங்கள் பாபா கும்பிடுவீர்களா?"

உங்களில் சிலருக்கும் இப்படிப்பட்ட சாயிபாபா தொடர்பான அனுபவங்கள் ஏதும் உண்டா? எங்களுக்கு எழுதுங்களேன்.

10.இரண்டு மந்திரங்கள்

காஷ்கபா தேஷ்முக் என்பவரின் தாயார் ராதாபாய். சாய்பாபாவின் அருமை பெருமைகளைக் கேட்ட ராதாபாய் என்ற அந்த அம்மணி, சாய்பாபாவை தரிசிப்பதற்காக ஷிருடி வந்தார்.

சாய்பாபாவைப் பார்த்த முதல் முறையே அவருக்கு பாபா மீது அளவுகடந்த பிரியமும் மரியாதையும் வந்துவிட்டது. உடனடியாக அவரது உள்ளம் சாயியைத் தனது குருவாக வசீகரித்துக் கொண்டுவிட்டது.

ஊருக்குத் திரும்புவதற்குமுன் வாழ்க்கைக்கான வழிமுறைகளை, குருவான சாய்பாபாவிடம் கேட்டுக்கொள்ளலாம் என்று தீர்மானித்தார். மீண்டும் பாபாவை தரிசிக்கும்போது அப்படிப்பட்ட உபதேசம் அல்லது மந்திரம் ஏதாவது சொல்லுமாறு கேட்டார். ஆனால் பாபா அப்படிப்பட்ட எதையும் அவருக்குச் சொல்லவில்லை. ராதாபாய் தொடர்ந்து கேட்டார். என்ன கேட்டும் குறிப்பிட்ட 'அறிவுறை' என்று பாபா அவருக்கு ஏதும் சொல்லவில்லை. இப்படியாக ராதாபாய் கேட்பதும் பாபா சொல்லாமல் விடுவதும் தொடர்ந்தது.

எப்படியும் பாபாவிடம் இருந்து 'உபதேசம்' கேட்டுக்கொள்வது என்பதில் படு உறுதியாக இருந்த ராதாபாய், அதற்காக அவர் தங்கியிருந்த விடுதியிலேயே சாப்பிடாமல் இருக்க ஆரம்பித்தார். தொடர்ந்து பட்டினி. உண்ணாவிரதப் போராட்டம்!

இதை அறிந்த சாமா என்பவர், பாபாவுக்குப் பணிவிடைகள் செய்பவர், பாபாவுடன் இதுபற்றிப் பேசினார்.

"என்ன லீலை இது பாபா! எவ்வளவோ நபர்களை இங்கே ஈர்க்கிறீர்கள். அந்த வயதான பெண்மணியை உங்களுக்குத் தெரியாதா? அவர் உங்களைத்தான் நம்புகிறாள். உங்களிடம் இருந்து வாழ்க்கைக்கான உபதேசம் கேட்காமல் போவதில்லை என்பதில் பிடிவாதமாக இருக்கிறாள். பட்டினி கிடக்கிறாள்.

வயதானவள். அவருக்கு ஏதும் ஆகிவிட்டால் அந்தப் பழி உங்கள் மீதுதான் விழும். அவர்மீது கருணை காட்டுங்கள். அவர் கேட்கும் உபதேசம் சொல்லுங்கள்."

சாமா இப்படிச் சொல்லியதும் பாபா, ராதாபாயை வரச்சொல்லி, அவரிடம் பேசினார். "தாயே ஏன் இப்படி பட்டினி கிடந்து உங்களை வாட்டிக்கொண்டு, இறக்க முயல்கிறீர்கள்? நீங்கள் என் தாய்போல. நான் உங்கள் மகன்போல. நான் சொல்வதைத் தயைகூர்ந்து கேளுங்கள். நான் என் கதையையே உங்களுக்குச் சொல்கிறேன். அதை நன்றாகக் கவனித்துக் கேளுங்கள். உங்களுக்கு நன்மை கிடைக்கும்.

எனக்கு ஒரு குரு இருந்தார். அவர் மிகப் பெரிய மகான். கருணை மிக்கவர். நான் அவருக்கு வெகுகாலம் பணிவிடைகள் செய்தேன். நீண்டகாலம் செய்தேன். ஆனால் அவர் என் காதில் எந்த மந்திரமும் உபதேசிக்கவில்லை.

எவ்வளவு நாளானாலும் எவ்வளவு சிரமமானாலும் பாராது அவருடனே இருப்பது என்றும், அவரிடம் இருந்து உபதேசம்

பெறாமல்போவதில்லை என்றும் நான் உறுதியாக இருந்தேன்.

அவர்வழி வித்தியாசமானது. ஒருநாள் அவர் என் தலைமுடியை மழிக்கச்சொன்னார். செய்தேன். என்னிடம் இரண்டு காசுகள் தட்சணையாகக் கேட்டார். உடனே கொடுத்தேன்.

அவர் என்னிடம் கேட்ட அந்த இரண்டு காசுகள் என்ன தெரியுமா?

ஒன்று, 'நிஷ்டா' எனப்படும் உறுதியான நம்பிக்கை. இரண்டாவது, 'சபூரி' எனப்படும் பொறுமை மற்றும் விடாமுயற்சி. (Firm Faith and Patience or perseverance).

நான் என் குருவுடன் 12 ஆண்டுகள் இருந்தேன். உணவுக்கோ உடைக்கோ பஞ்சமில்லை. அவர் அன்பே உருவானவர். அன்பின் உருவமே அவர்தான். அவர் என்மீது அளவற்ற அன்பு வைத்திருந்தார். அவரைப் போன்றதொரு குரு அரிது. நான் அவரிடம் வெகுகாலம் இருந்தேன். சேவை செய்தேன்.

என் குரு என்னிடம் இருந்து எதையும் எதிர்பார்க்கவில்லை. என்னை எப்போதும் காத்தார். ஆமை தன் குஞ்சுகளைப் பார்வையாலேயே காப்பதுபோல என்னைக் காத்தார்.

தாயே, என் குரு எந்த மந்திரத்தையும் என் காதில் சொல்லவில்லை. அப்படியிருக்க நான் உங்களுக்கு என்ன உபதேசிப்பேன்? ஆமையின் பார்வை அதன் குஞ்சுகளுக்கு மகிழ்ச்சி தரும் என்ற உதாரணத்தை நினைவுபடுத்திக் கொள்ளுங்கள். யாரிடமும் உபதேசம் கேட்காதீர்கள். குருவின்மீது நம்பிக்கை வையுங்கள். முழுமையாக நம்புங்கள். குருவே எல்லா நடப்பனவற்றுக்கும் காரணம் என்று நம்புங்கள்."

பாபா இப்படிச் சொல்லியதும், ராதாபாய் தெளிவுபெற்றார். உண்ணாநோன்பைக் கைவிட்டார்.

11.பக்தர்களின் விருப்பப்படி

மயிலை பாபா கோயிலில் கேசரி, வெண்பொங்கல், சர்க்கரைப் பொங்கல், சாம்பார் சாதம், தயிர்சாதம் என்று பல்வேறு விதமான பிரசாதங்கள் வழங்கப்படுகின்றன.

தேவகோட்டை போன்ற சில பாபா கோயில்களில் பெரும்பாலான நேரங்கள் வழங்கப்படுவது பிஸ்கெட்டுகள்.

கோதுமை மாவில் செய்த இனிப்புப் பலகாரங்கள், பழங்கள், உலர் பழங்கள், கிச்சடி, போரிட்ஜ் போன்றவற்றைப் படைத்து வினியோகிப்பவர்களும் உண்டு.

மொத்தத்தில் இப்படித்தான் என்று இல்லை. எத்தனையோ விதமான பிரசாதங்களை மக்கள் பாபாவிற்கு அன்போடு படைக்கிறார்கள், வினியோகம் செய்கிறார்கள்.

இது தொடர்பாக பாபாவின் சரித்திரத்தில் ஏதாவது இருக்குமா என்று பார்த்ததில் கிடைத்தது, அத்தியாயம் பதினொன்றின் ஒருபகுதி.

“ஒருமுறை தாத்யா சாஹேப் நூல்கரின் நண்பரான டாக்டர்

பண்டிட் என்பவர் ஷிருடிக்கு பாபாவின் தரிசனத்துக்காக வந்தார். பாபாவை வணங்கியபின் மசூதியில் சிறிதுநேரம் அமர்ந்திருந்தார். பாபா அவரைத் தாதாபட் கேல்கரிடம் செல்லுமாறு பணித்தார். அவர் தாதாபட்டிடம் சென்றார்.

தாதாபட் அவரை நன்கு வரவேற்றார். தாதாபட் பூஜைக்காகத் தமது வீட்டைவிட்டுப் புறப்பட்டார். அவருடன் பண்டிட்டும் சென்றார். தாதாபட் பாபாவை வழிபாடு செய்தார்.

இதுவரை எவரும் பாபாவின் நெற்றிக்கு சந்தனம் பூசத் துணிந்ததில்லை. மஹல்ஸாபதி மட்டுமே பாபாவின் கழுத்தில் சந்தனம் பூசுவது வழக்கம். ஆனால், எளிய மனதுடைய இந்த அடியவர் டாக்டர் பண்டிட் பூஜைப்பொருட்கள் வைத்திருந்த தாதாபட்டின் பாத்திரத்தை எடுத்துப்போய் அதிலிருந்து

பிசையப்பட்ட சந்தனத்தை எடுத்து, திரிபுந்த்ரா எனப்படும் திருநீற்றுப்பட்டையை பாபாவின் நெற்றியில் இட்டார்.

எல்லோருக்கும் வியப்பளிக்கும் வகையில் இதற்கு பாபா ஒரு வார்த்தைகூட மறுத்துக்கூறாமல் இருந்தார்.

அன்று மாலை தாதாபட் பாபாவிடம், "நெற்றியில் சந்தனம் பூசுவதை நீங்கள் எப்போதும் தடுத்துக்கொண்டிருந்தாலும், இப்போது டாக்டர் பண்டிட் அவ்வாறு செய்ததை மட்டும் எப்படி அனுமதித்தீர்கள்?" என்று கேட்டார்.

அதற்கு பாபா, டாக்டர் பண்டிட் தம்மை, அவரது குருவான காகாபுராணிக் என்று அழைக்கப்பட்ட தோபேஷ்வரைச் சேர்ந்த ரகுநாத் மஹராஜ் என்று நம்பியிருந்ததாகவும், அவர் குருவுக்கு செய்து கொண்டிருந்ததைப் போன்றே தமது நெற்றியிலும் சந்தனம் பூசியதாகவும் தெரிவித்தார். எனவே பாபா அதைத் தடுக்கவில்லை என்றும் சொல்லியிருக்கிறார்.

டாக்டர் பண்டிட்டிடம் இதைப்பற்றிக் கேட்டபோது அவர், பாபாவை அவர் தனது குரு காகாபுராணிக் என்று கருதியதாகவும், அதேபோல உணர்ந்ததாகவும், அதனால் தனது குருவுக்கு எப்போதும் செய்வதுபோலவே திரிபுந்தரத்தை பாபாவின் நெற்றியில் அணிவித்ததாகவும் கூறியிருக்கிறார்.

பக்தர்கள் விரும்பியவாறே தம்மை வழிபட பாபா அவர்களை அனுமதித்தார், அனுமதித்துக்கொண்டிருக்கிறார் என்பதுதான் செய்தி.

12. முன்வினை தீர்த்த பாபா

பீமா ஜிப்பாடீல் என்பவர் பல வியாதிகளாலும் நெடுநாள் நெஞ்சு வலியாலும் துன்பப்பட்டார். முடிவில் அதுஷயரோகமாக மாறியது. அவர் பலவிதமான சிகிச்சைகளையும் முயன்று பார்த்தார். அவற்றால் அவருக்கு எந்தப் பலனும் கிடைக்கவில்லை.

நம்பிக்கையை இழந்து, இறுதியாக அவர் இறைவனிடம். "ஓ! நாராயணமூர்த்தியே. என்னைக் குணப்படுத்தும்" என்று விட்டுவிட்டார்.

பின்பு அவருக்கு அவருடைய நண்பரும், பாபாவின் அடியவருமான சாஹேப் சாந்தோர்கரிடம் இதுபற்றிக் கலந்தாலோசிக்க முடிவுசெய்தார். தன் துன்பங்களை விவரித்து சாந்தோர்கருக்கு ஒரு கடிதம் எழுதினார். என்ன செய்யலாம் என்று ஆலோசனையும் கேட்டார். பாபாவின் பாதங்களைச் சரணடைந்து உதவிகேட்பதுதான் ஒரேவழி என்று சாந்தோர்கர் அவருக்குப் பதில் எழுதினார்.

அதன்பின் பீமாஜி பாடீல் ஷீர்டிக்கு அழைத்து வரப்பட்டார். பாபாவின் முன் அமர்த்தப்பட்டார். உடன் நானாசாஹேபும் ஷாமா

என்பவரும் இருந்தனர். பாபாவிடம் விவரம் சொல்லப்பட்டது.

இந்த வியாதி எல்லாம் முன்னைய தீயகர்மங்களாலேயே என்று சுட்டிக்காண்பித்த பாபா, அதில் தலையிடத் தீர்மானம் இல்லாதவராக அமைதியாக இருந்தார்.

பாடீலோ, தான் அனாதரவானவர் என்றும் பாபாவையே நம்பி வந்திருப்பதாகவும், பாபாவை சரண் அடைந்திருப்பதாகவும், அவர்தான் கடைசி கதி என்று வந்திருப்பதாகவும், பாபா கருணைக்காட்ட வேண்டும் என்றும் சொல்லிப் பெருங்குரலெடுத்துக் கதறினார்.

அதையெல்லாம் கேட்ட பாபாவின் உள்ளம் உருகியது. அப்போது அவர் பாடீலை பார்த்து, "பொறு. உன்னுடைய கவலைகளைத் தூர எறி. உன்னுடைய துன்பங்கள் முடிவுக்கு வந்துவிட்டன. ஒருவன் எவ்வளவுதான் நசுக்கப்பட்டு, வேதனைப்பட்டவனாக இருந்தாலும், இம்மசூதியில் கால்வைத்த உடனேயே அவன் மகிழ்ச்சியின் பாதையில் செல்கிறான். இங்கே உள்ள பக்கிரி மிகவும் அன்பானவர். அவர் இவ்வியாதியைக் குணப்படுத்துவார். எல்லோரையும் அன்புடனும் ஆசையுடனும் பாதுகாப்பார்" என்றார்.

பாபாவிடம் வருவதற்கு முன்பு, ஐந்து நிமிடத்திற்கு ஒரு முறை ரத்தவாந்தி எடுத்துக்கொண்டிருந்த பாடீல், பாபாவின் சந்நிதானத்திற்கு வந்தபின் ஒருமுறைகூட எடுக்கவில்லை. நம்பிக்கையும், கருணையும் கொண்ட வார்த்தைகளை பாபா சொல்லிய நேரத்தில் இருந்து பாடீலின் வியாதி குணமடையத் தொடங்கிவிட்டது.

அன்றிரவு ஷீர்டியில் பீம்பாய் என்பவரின் வீட்டில் தங்குமாறு பாடீலை பாபா பணித்தார். அந்த வீடு அசௌகர்யமும் சுகாதாரக் குறைவும் உள்ள வீடு. ஆனாலும் மறுபேச்சின்றி பாபா சொன்னபடி

பாடீல் அன்று இரவு பீம்பாய் வீட்டில் தங்கினார். அங்கேயே உறங்கினார். உறக்கத்தில் பாடீலுக்கு இரண்டு கனவுகள் வந்தன.

முதல் கனவில் பாடீல் ஒரு சிறு மாணவனாக பள்ளியில் இருந்தார். அவர் ஒரு செய்யுளை மனப்பாடம் செய்து ஒப்பிக்கவேண்டும். அவரால் பிழையின்றி ஒப்பிக்க முடியவில்லை. அதற்காக அவரது ஆசிரியர் அவரைப் பிரம்பால் அடித்தார். பாடீல் பிரம்படி வாங்கினார். முதல் கனவு.

அதே இரவு பாடீலுக்கு மற்றொரு கனவும் வந்தது. அதில் பாடீலின் மார்பின் மீது யாரோ கனமான கல் ஒன்றை வைத்து மேலும் கீழும் உருட்டினார். கடுமையான வலியும் வேதனையும் பாடீலுக்கு உண்டாயின.

அதன்பின் பாடீல் நலமாகி வீடு திரும்பினார். அடிக்கடி ஷீரிடி வந்து பாபாவை தரிசித்தார். அன்றைக்கு கனவில் நிகழ்ந்தவை பாபா அவருக்கு அளித்த சிகிச்சை.

சரணடைந்தவர்களை பாபா கைவிடுவதில்லை.

சாயியே சரணம்.

13.கேட்காமல் விட்ட சில கேள்விகள்

சென்னையில் ஒரு சாய்பாபா கோவிலுக்குப் போயிருந்தேன். மாலை நேரம். தீப ஆராதனைக்காக வந்திருந்தவர்களை அமைதியாக அமரச் சொன்னார்கள். சந்நிதிக்கு எதிராக ஆண்கள் பெண்கள் குழந்தைகள் என பெருத்த எண்ணிக்கையில் மக்கள் அமர்ந்தார்கள். நேரம் ஆக ஆக, உள்ளே வருகிற கூட்டம் வழக்கம்போல அதிகரித்துக்கொண்டேயிருந்தது.

உட்காரத் தயங்கிய ஒரு சிலரை அங்கிருந்த பணியாளர் உட்காருமாறு கேட்டுக்கொண்டார். உட்கார முடியாதவர்களை நகர்ந்து போய்விடச் சொன்னார். அமர்ந்தால்தான் எல்லோரும் அமைதியாக ஆராதனை பார்க்கமுடியும் என்று அவர் விளக்கினார்.

சிலர் நகர்ந்து போய் பின்னால் கடைசியாக சுவர் ஓரம் ஒதுங்கி நின்றுகொண்டார்கள். வேறு சிலர் தூண்களை ஒட்டி. ஒரே ஒருவர் மட்டும் பணியாளர் என்ன சொல்லியும் நகராதது மட்டுமல்ல, அந்தப் பணியாளரைக் கடுமையான முகத்துடன் பார்க்கவும் செய்தார். அதனாலோ என்னவோ பார்க்கப் பெரிய மனிதர் போலிருந்த அவரிடம் நாசுக்காக பட்டும் படாமலும்

சொல்லிவிட்டு, நிற்கிற மற்றவர்களை உட்காரச் சொல்ல அந்தப் பணியாளர் நகர்ந்துவிடுவார். இப்படியே சில முறைகள் நடந்தன.

அமர்ந்திருக்கும் எங்களுக்கு இடையே அவர் மட்டும் தனியாக நின்றுகொண்டேயிருந்தார். சாமிக்கு எதிராக ஹால் முழுக்க மக்கள் அமர்ந்திருக்க, ஒருவர் மட்டும் விடாப்பிடியாக நிற்கிறார். பணியாளர் மீண்டும் அவரை நெருங்கி, "சார் எத்தினை வாட்டி சொல்லறது. உட்காருங்க. இல்லாட்டா நகர்ந்து அந்தப் பக்கம் போய் நில்லுங்க" என்றார். முதன் முறையாக அவர் வாய் திறந்த அவர் அதட்டலாக "முடியாதுப்பா. நீ யாருய்யா எனக்குச் சொல்ல? நான் யார் தெரியுமா?"

கேட்டுவிட்டு அவரே, அவர் யார் என்றும் என்ன பொறுப்பில் இருக்கிறார் என்றும் சற்று சத்தமாகச் சொன்னார். சொல்லிவிட்டு நிமிர்ந்து அவரையே பார்த்துக்கொண்டிருந்த எங்களையும் ஒரு பார்வை பார்த்தார். அவர் கண்களில், 'இப்ப தெரியுதா நான் யார் என்று!' என்பது போன்ற பார்வை.

அவரைக் நான் கேட்க விரும்பியதும் ஆனால் 'சரி, அவருக்குத் தெரியவில்லை. விடு' என்று கேட்காமல் விட்டுவிட்ட அந்தக் கேள்வி,

"சார் நீங்க பெரிய ஆள்தான். அதனால நீங்கதானே முதல்ல ரூலை பாலோ பண்ணணும்!"

வேறு ஒரு நாள். அதே சாயிபாபா கோவில். பாபாவைத் தொட்டு வணங்க, பலரும் நீண்ட வரிசையில் நிற்கிறார்கள். நன்கு உடுத்தியிருந்த படாடோபமாகத் தெரிந்த ஒரு நடுத்தர வயதுப் பெண்மணி, சந்நிதிக்கு அருகில் இருக்கும், பார்த்தவர்கள் வெளியேறும் கதவுக்கு அருகில் வந்தார். அதன் வழியாக சந்நிதிக்கு உள்ளே போகப் பார்த்தார். அங்கே நின்றுகொண்டிருந்த காவலாளி அவரை அனுமதிக்க மறுக்க, "என்னப்பா என்னையே தடுக்கிற!

நான் இருபது வருஷமா வர்றேன் தெரியுமா!”

என் மனதிற்குள் எழும்பிய, நான் கேட்க நினைத்து, ஆனால் கேட்காமல் விட்ட கேள்வி, “இவ்வளவு வருஷமா வந்துமா மேடம் இப்படி!”

மற்றொருநாள். அதே கோவில். வரிசையில் மக்கள் நிற்கிறார்கள். அவர்களாக விரும்பி வரிசைக்கு வருகிறார்கள். அமைதியாக வணங்கிச் செல்லுகிறார்கள். கழுத்தில் அடையாள அட்டை ஒன்றை மாட்டிக்கொண்ட ஒரு விருப்பப் பணியாளர் (வாலண்டியர்) வரிசைக்கு அருகில் நிற்கிறார். வரிசையில் நிற்பவர்களைப் பார்த்து அவர் தொடர்ந்து ஏதாவது சொல்லிக்கொண்டேயிருக்கிறார், “நகர்ந்து நில்லுங்க. இடைவெளி விடாம நகருங்க. சார் நிக்காதீங்க. முன்ன போங்க சார்.”

கூட்டம் அதிகம் இல்லை. வரிசை தன்னால் நகர்கிறது. ஆனாலும் தொடர்ந்து அவரிடம் இருந்து வருகிற கட்டளைகள்.

கேட்காமல் விட்ட கேள்வி, “செய்ய வந்தது சேவை. ஆனாலும் மனசு செய்யவிரும்புவது அதிகாரமா?”

14. பரமசிவன் கழுத்துப் பாம்பு

ஒரு வேலையாக நான் சென்றிருந்த சென்னையின் முக்கிய வியாபாரப் பகுதி அது. நான் சந்திக்க வேண்டிய நபர் இருந்த அலுவலகக் கட்டடத்தின் கீழே வாசலுக்கு வெளியே நின்றிருந்தேன்.

அவரைச் சந்திக்க மேலும் 15 நிமிட அவகாசம் இருந்தது. தெருவை வேடிக்கை பார்த்துக்கொண்டிருந்தேன். அப்போது எதிர்ப்பக்கம் இருந்த தெருவின் முனைக் கட்டடத்தின் காம்பவுண்ட் சுவரை ஒட்டிக் கட்டப்பட்டிருந்த சிறிய கோவிலைப் பார்த்தேன். வினாயகர் கோவில்.

சரியாகக் கவனித்தபோதுதான் தெரிந்தது, அதுசமயம் அந்த வினாயகருக்கு அர்ச்சகர் ஒருவர் அபிஷேகம் செய்து கொண்டிருந்தார். விறுவிறுவென சாலையைக் கடந்து அங்கேபோய் நின்றுகொண்டேன். வினாயகர் மிக தீர்க்கமாக இருந்தார்.

என்னைப்போல இன்னும் ஓரிருவரும் நின்று தரிசனம் செய்து கொண்டிருந்தார்கள்.

முகத்தை எங்கள் பக்கம் திருப்பியபோதுதான் கவனித்தேன், அந்தக் குருக்களை நான் முன்பு எங்கோ சந்தித்திருக்கிறேன் என்று. எங்கே என்று நினைவு வரவில்லை.

பால், தயிர் பழங்கள் என்று அபிஷேகம் தொடர்ந்து நடந்து கொண்டிருந்தது. வணங்கியபடி நின்றுகொண்டிருந்தேன். அதே சமயம் என்ன சொல்லியும் கேட்காமல் மனது, அவரை எங்கே பார்த்தோம் என்று யோசித்துக் கொண்டிருந்தது. குருக்கள் அலங்காரத்துக்காகத் திரையை இழுத்துவிட்டுக் கொண்டார். எண்ணெய்ப்பிசுக்கேறிய அந்தத் திரைச்சீலையிலும் வினாயகர்படம். பிள்ளையார்பட்டி வினாயகர்.

அவர் இழுத்த விதத்தில் என் மனதிலும் திரை விலகியது. அந்தக் குருக்களை வேறு எங்கே பார்த்திருக்கிறேன் என்று நினைவு வந்துவிட்டது. வேறு ஒரு பிரபலமான கோவிலில் பார்த்திருக்கிறேன். நல்ல வரும்படி வருகிற அந்தக் கோவிலில் அவர் இருப்பார்.

எப்போதாவது அங்கே போகிறவர்களால் கூட அவரைக் கவனிக்காமல் இருக்கமுடியாது. அவர் நடையே வித்தியாசமாக இருக்கும். அதில் ஒரு அலட்சியம் தெரியும். பலரையும் அதட்டுவார். கேள்விகள் கேட்டால் அவருக்குப் பிடிக்காது. அவர் சொல்வதுபோல எல்லோரும் நடந்துகொள்ள வேண்டும். சிலரைக் காக்க வைப்பார். வேறு சிலருக்கு மாலைகளும் பிரசாதங்களுமாக அள்ளிவிடுவார். தட்டில் ஐம்பதும் நூறுமாய் விழும்.

அவர் தீபம் காட்டும்போது தெய்வத்தைப் பார்க்க மாட்டார். சந்நிதியில் நிற்பவர்களையும் பார்க்கமாட்டார். அங்கும் இங்கும் பார்த்தபடி வேகம் வேகமாகக் காட்டுவார். அவர் தீபம் காட்டும் முறையில், தெய்வத்தைவிட, அவர் காட்டுவது முக்கியம் என்பது போன்ற பாவம் இருக்கும்.

மொத்தத்தில் அந்தக் கோவிலில் அரசாட்சி செய்து கொண்டிருந்தார்.

அவர் எப்படி இங்கே?

சடாரென்று திரையை விலக்கினார். விநாயகருக்கு இடுப்பில் ஒரு சிறுதுண்டு. துவைத்துக் கட்டியது. கழுத்தில் சின்னதாக செவ்வந்திப் பூச்சரம். நெற்றியில் வீபூதி.

கற்பூரதீபம் காட்டினார்.

தீபத்தட்டை எங்களிடம் எடுத்து வந்தார். நடையில் பழைய வேகம் இல்லை. என்னுடன் நின்று கொண்டிருந்தவர் ஒருவர் இரண்டு ரூபாய் நாணயம் ஒன்றைத் தட்டில் போட்டார். நான்

பத்து ரூபாய் போடலாம் என்று நினைத்து பர்ஸை எடுக்க கையை விட்டால் பர்ஸ் காரில் இருப்பது ஞாபகம் வந்தது.

தீபத்தைக் கைகளால் தொட்டு, கண்களில் ஒற்றிக்கொண்டேன். பர்ஸ்சை மீண்டும் தேட, அவர், "பரவாயில்லை, விடுங்கள்" என்றார். என்னோடு அறிமுகம் இருப்பவர்போல சின்னதாக புன்னகைக்கவும் செய்தார்.

அவரா இப்படி!

"நீங்க அந்த ..... கோவில்ல இருப்பிங்க இல்லையா?"

"ஆமா."

"ஒரு சின்ன வாக்குவாதம். செக்ரெட்டரிக்கும் எனக்கும். எதையோ சொல்லி வெளிய தள்ளிட்டார்."

"உங்களையா!"

"என்ன செய்ய!"

"இங்க வந்து ஆறு மாசம் ஆறது..."

"வருமானம்?"

லேசாகச் சிரித்தார்.

"எப்ப அந்தக் கோவிலுக்குத் திரும்பப்போவீங்க?"

இப்போது சந்நிதியைத் திருப்பிப் பார்த்தார். என்னவோ முணுமுணுத்தார்.

என் காதில் விழவில்லை. என்ன என்று நானும் கேட்கவில்லை.

ஆமாம், என்ன சொல்லியிருப்பார்?

டாக்டர் சோம வள்ளியப்பன்

தமிழகத்தின் அனைத்து முன்னணிப் பத்திரிகைகளிலும் இதழ்களிலும் கட்டுரைகள், தொடர்கள் எழுதுபவர். தொலைக்காட்சிகளில் பங்குச்சந்தை மற்றும் பொருளாதாரம் தொடர்பான நிகழ்ச்சிகளில் கருத்துகள் சொல்பவர். தமிழகம் முழுவதுமிருந்தும் பல்வேறு கல்லூரிகள், அமைப்புகள் மற்றும் நிறுவனங்களால் பேச, பயிற்சி கொடுக்க அழைக்கப்படுபவர். நிர்வாகம், உறவுகள், சுய முன்னேற்றம், பணம், பங்குச்சந்தை, ஆளுமைகள் பற்றி இதுவரை 81 புத்தகங்கள் எழுதியிருக்கிறார். இளங்கலைப் பொருளாதாரம், MBA மனித வளம் மற்றும் மார்க்கெட்டிங் படித்திருக்கும் சோம. வள்ளியப்பன், பெல், பெப்ஸி, வேர்ல்பூல், டாக்டர் ரெட்டீஸ் பவுண்டேஷன், நவியா உள்பட பல்வேறு நிறுவனங்களில் 30 ஆண்டுகள் மனிதவளத்துறையில் பணியாற்றிவிட்டு, தற்போது மேன்மை மேனேஜ்மென்ட் கன்சல்டன்சியின் மேலாண் இயக்குனராகச் சென்னையில் பணிபுரிகிறார். எமோஷனல் இண்டெலிஜென்ஸ் குறித்த ஆய்விற்காக சென்னை பல்கலைக்கழகத்தில் Ph.D. பட்டம் பெற்றவர்.

ஆசிரியரின் பிற நூல்கள்

சுயமுன்னேற்றம்

1. இட்லியாக இருங்கள் எமோஷனல் இன்டெலிஜென்ஸ்
2. எமோஷனல் இண்டெலிஜென்ஸ் 2.0
3. ரசவாதம்: ஏதிலும் பெரும் வெற்றி (NLP பற்றி)
4. தடையேதுமில்லை (சுயமுன்னேற்றக் கட்டுரைகள்)
5. உஷார் உள்ளே பார் (மனமும் சக்தியும்)
6. ஆல் தி பெஸ்ட்! (நீங்கள் விரும்பும் வேலையை வென்றெடுப்பது எப்படி?)
7. தள்ளு (மோட்டிவேஷன்)
8. சின்னத் தூண்டில் பெரிய மீன்
9. சிறுதுளி பெரும் பணம்
10. டீன் தரிகிட (பதின் பருவம்)
11. சொல்லாததையும் செய்!
12. மனதோடு ஒரு சிட்டிங் (கவிதை உறவு முதல் பரிசு)

13. முன்னேற்றம் இந்தப் பக்கம்
14. எல்லோரும் வல்லவரே
15. காதலில் இருந்து திருமணம் வரை
16. சிக்கனம் சேமிப்பு முதலீடு
17. நல்லதாக நாலு வார்த்தை
18. திட்டமிடுவோம் வெற்றிபெறுவோம்
19. அதிகாரம் அல்ல, அன்பு
20. உடல் மனம் புத்தி
21. யார் நீ?
22. உயர... உயர...
23. You vs You: Everything you need to know about Emotional Intelligence
24. உச்சம் தொடு
25. மேன்மை கொள்
26. சொல்லி அடி

பங்குச்சந்தை

1. அள்ள அள்ளப் பணம் - 1 - பங்குச்சந்தை: அடிப்படைகள்
2. அள்ள அள்ளப் பணம் - 2 - பங்குச்சந்தை: அனாலிசிஸ்
3. அள்ள அள்ளப் பணம் - 3 - பங்குச்சந்தை: ஃபியூச்சர்ஸ் அண்ட் ஆப்ஷன்ஸ்
4. அள்ள அள்ளப் பணம் - 4 - பங்குச்சந்தை: போர்ட்ஃபோலியோ முதலீடுகள்
5. அள்ள அள்ளப் பணம் - 5 - பங்குச்சந்தை: டிரேடிங்
6. அள்ள அள்ளப் பணம் - 6 - மியூச்சுவல் ஃபண்ட் (தமிழக அரசு முதல் பரிசு)
7. அள்ள அள்ளப் பணம் - 7 - தங்கம்
8. அள்ள அள்ளப் பணம் - 8 - இன்சூரன்ஸ்
9. அள்ள அள்ளப் பணம் - 9 - கடன்
10. ஆட்டமா? சூதாட்டமா?
11. பங்குகளில் பணம்
12. பங்குச் சந்தை என்றால் என்ன

13. Bulls and Bears - All about Shares
14. ஷேர் பசார் சீக்ரெட்ஸ் (ஹிந்தி)

வியாபாரம்

1. நம்பர் 1 சேல்ஸ்மேன் (சிறந்த விற்பனையாளர் ஆவது எப்படி?)
2. பணமே ஓடி வா
3. வியாபாரத்தில் வெற்றி - தொட்டதெல்லாம் பொன்னாகும்
4. பணம், சில ரகசியங்கள்
5. நேர்மையாக சம்பாதிக்க இவ்வளவு வழிகளா!
6. எந்தத் தொழிலிலும் ஜெயிக்கலாம்
7. பணமின்றி அசையாது உலகு
8. நிதி - சேமிப்பு - முதலீடு - வரி (கேள்வி - பதில்கள்)
9. உலகம் - நாடு - வீடு - பணம் (கேள்வி - பதில்கள் பகுதி -2)
10. சொர்க்கத்தின் சொந்தக்காரர்

நிர்வாகம்

1. ஆளப்பிறந்தவர் நீங்கள் (தலைமைப் பண்புகள்)
2. காலம் உங்கள் காலடியில் (நேர நிர்வாகம்)
3. உலகம் உன் வசம் (கம்யூனிகேஷன்)
4. உறுதி மட்டுமே வேண்டும் (கமிட்மெண்ட்)
5. உறவுகள் மேம்பட (Managing People)
6. சிறந்த நிர்வாகி ஆவது எப்படி?
7. மேனேஜ்மெண்ட் குரு கம்பன்
8. வீட்டுக்கணக்கு
9. நேரத்தை உரமாக்கு (காலம் உங்கள் காலடியில் - 2)
10. சிக்ஸர்: நிர்வாக உத்திகள்

பொருளாதாரம்

1. நாட்டுக் கணக்கு (தமிழக அரசு முதல் பரிசு)
2. நாட்டுக்கணக்கு - 2
3. அதிர்ந்த இந்தியா
4. அவசரம் - உடனடியாக செய்யவேண்டிய சமூக பொருளாதார மாற்றங்கள்

மாணவர்களுக்கு

1. மன அழுத்தம் விரட்டலாம்
2. இந்தமுறை நீதான்
3. நீங்கள் அசாதாரணமானவர்
4. You are Extraordinary
5. திட்டமிடுவோம் வெற்றிபெறுவோம்
6. எண்ணிய முடிதல் வேண்டும்

மற்றவை

1. எங்குமிருப்பவர் (சாய் சரிதம்)
2. கே. பாலசந்தர் - வேலை டிராமா சினிமா
3. நல்ல மனம் வாழ்க
4. மகிழ்ச்சியாக வாழுங்கள்
5. அப்பா, மகன் - நெருக்கமும் நெருடல்களும்
6. பூங்கொத்து
7. நகரத்தார்கள்
8. புத்தகம் என்னவெல்லாம் செய்யும்

புதினம்

1. நெஞ்சமெல்லாம் நீ
2. பட்டாம்பூச்சிகளின் கண்ணாமூச்சி காலம்
3. ஜெமினி சர்க்கிள் (பாரதி கலை இலக்கிய பேரவை முதல் பரிசு)